கவிதையின் காதலி

தி. தாஜ்தீன்

Copyright © T. Tajdeen
All Rights Reserved.

This book has been self-published with all reasonable efforts taken to make the material error-free by the author. No part of this book shall be used, reproduced in any manner whatsoever without written permission from the author, except in the case of brief quotations embodied in critical articles and reviews.

The Author of this book is solely responsible and liable for its content including but not limited to the views, representations, descriptions, statements, information, opinions and references ["Content"]. The Content of this book shall not constitute or be construed or deemed to reflect the opinion or expression of the Publisher or Editor. Neither the Publisher nor Editor endorse or approve the Content of this book or guarantee the reliability, accuracy or completeness of the Content published herein and do not make any representations or warranties of any kind, express or implied, including but not limited to the implied warranties of merchantability, fitness for a particular purpose. The Publisher and Editor shall not be liable whatsoever for any errors, omissions, whether such errors or omissions result from negligence, accident, or any other cause or claims for loss or damages of any kind, including without limitation, indirect or consequential loss or damage arising out of use, inability to use, or about the reliability, accuracy or sufficiency of the information contained in this book.

Made with ♥ on the Notion Press Platform
www.notionpress.com

எந்த காலத்திலும் ஒரே கவிஞன் மட்டுமே இருப்பதில்லை. ஒன்றுக்கு நூறு என கவிஞர்கள் எல்லா இடங்களிலும் வசிப்பதில் குறைச்சல் இல்லை. அதன் அடிப்படையில் நானும் ஒரு கவிஞனாக ஆசைப்பட்டு இப்புத்தகத்தை எழுதியுள்ளேன். உண்மையாய் உயிருக்கு உயிராய் காதலிக்கும் அனைத்து தெய்வீக காதலர்களுக்கும் இப்புத்தகத்தை சமர்ப்பணம் செய்கிறேன். இப்புத்தகத்தில் ஏதேனும் தவறுகள் இருக்க, அடுத்த முறை திருத்திக் கொள்கிறேன்.

பொருளடக்கம்

முன்னுரை	vii
அணிந்துரை	ix
நன்றி	xi
முகவுரை	xiii
1. கவிதையின் காதலி	1

• v •

முன்னுரை

புத்தகங்கள் அறிவுசார் சொத்துக்கள். ஒவ்வொரு படைப்பாளரின் படைப்பும் அவர்கள் வாழும் காலத்துக்குப் பிறகும் நிலைத்து அவர்களை நினைவுகூரச் செய்யும். புத்தகத்தை எழுதுவதோடு எழுத்தாளரின் பணி முடிந்துவிடுகிறதா என்றால் இல்லை. எழுதியதைப் புத்தகமாக்க வேண்டும். அதை பதிப்பிக்கச் செய்து பலரையும் அந்தப் புத்தகம் சென்றடையச் செய்ய வேண்டும். கவிதை எழுதுவது ஒரு கலை என்பது அனைவரும் அறிந்தது. அதனடிப்படையில் **"கவிதையின் காதலி"** என்ற தலைப்பில் நான் இப்புத்தகம் எழுதியுள்ளேன்.

மேலும் முடங்கி கிடக்கும் இளைஞர்களுக்கு எழுச்சியூட்டும் விதமாக **"எண்ணங்களை வண்ணமாக்கு"** என்னும் கவிதை நூலும் எழுதியுள்ளேன்.

அன்புள்ள
தி. தாஜ்தீன்

அணிந்துரை

ஆசிரியர் நண்பர் திரு.தாஜ்தீன் எழுதிய "கவிதையின் காதலி" கவிதைகள் அனைத்தும் இதயத்திலிருந்து பேசு-கிறது. உணர்வுகளை விளைநிலங்களில் நெல்லறுக்கையில் பாட்டாக தொடுத்து வயலெங்கும் நிரப்பிய விவசாயிகளைப் போல, பெண்மைக்குள் ஒளிந்திருக்கும் அழகுகள், ஆண்கள் மனதில் நிறைந்து மறைந்திருக்கும் ஆசைகளை மனதெங்கும் கூவி கூவி கவிதைகளாய் நிரைக்கிறார் இந்த கவிஞர் தாஜ் தீன். இக்கவிதைகள் முழுக்க முழுக்க உணர்வுகள் நெய்த எழுத்துக்கள் தான் இந்த கவிஞர் வார்தைகள். எனக்கு பிடித்த பல கவிதைகளில் ஒன்று

"வண்ணத்து பூச்சிக்கு வண்ணங்கள் வந்தது எப்படி?
உன் ஆடையில் பட்டதால் தான் அப்படி".

இது போல நிறைய அழகாய் எழுதியிருக்கிறார்.காதல் மனது வாழ்க்கை ஆண் பெண்ணென ஒரு மனதிறுகும் கணப்பொழுதுகளை எல்லாம் சேர்த்து பல கவிதைகளை வடித்திருக்கிறார்.நீங்களே வாசித்துப் பாருங்கள். காதலியை மகிழ்வித்து நேசியுங்கள்...

முனைவர்.செள.சாதிக் அலி
M.A.,M.Phil.,B.Ed.,Ph.d.,SET
முதுகலை தமிழாசிரியர்,
தி கிரசண்ட் மேல்நிலைப் பள்ளி.

நன்றி

தி. தாஜ்தீன் M.A.,M.Phil.,B.Ed.

நான் எழுதிய "கவிதையின் காதலி" புத்தகத்தை வாங்கி படித்த அன்பு நேசகர்க்கு ஆழமான நன்றிகள்.தாங்கள் இதில் உள்ள ஒவ்வொரு கவிதையும் ரசித்து படித்திருப்பீர்கள் என நம்புகிறேன். மேலும் படிக்கும்போதேஉங்கள் காதலியின் நினைவுகளை நெஞ்சில் சுமந்திருப்பீர்கள் எனவும் எண்ணுகிறேன். தங்களின் உறவினர்கள், நண்பர்கள் அனைவருக்கும் இப்புத்தகத்தை பரிந்துரைக்குமாறு அன்புடன் கேட்டுக்கொள்கிறேன்.

நன்றி.

முகவுரை

நானா இந்த புத்தகம் எழுதினேன்? என்னிடமிருந்தா இந்த கற்பனைகள் வெளிப்பட்டது? இந்த கற்பனைகள் என்னுள் எப்படி இத்தனை நாள் ஒளிந்து கொண்டிருந்தது என எண்ணுகையில் எனக்கே என்மீது வியப்பு."**கவிதையின் காதலி**" புத்தகத்தில் உள்ள கவிதைகள் படிக்கும் வாசகர்கள் அனைவருக்கும் மிக பிடிக்கும் என்பதை அறிவேன்.

1. கவிதையின் காதலி

நான்
எழுதும் கவிதை
பலரின் கவனத்தை ஈர்ப்பதற்கல்ல
என் காதலை
உன்னிடம் வளர்ப்பதற்கு....

.

.

உன்னை
பெண்பார்க்க எவர் வந்தாலும்
அவர்களுக்கு முன் தைரியமாகசொல்
என் காதலன் அனுமதி இல்லாமல்
உங்கள் மகனை பார்க்க
என் மனம் அனுமதிக்காதென்று...

.

.

தரையில் விழும்
உன் நிழலை
சொந்தமாக்கிக்கொள்ளவே
மணலுக்கும், கல்லுக்கும்
இடைவிடாத சர்ச்சை
எழுகிறது...

.

.

தமிழ் அகராதிக்கும்
உன் அன்பிற்கும்
ஒரு வேறுபாடு உண்டு
தமிழ் எதையும் வெல்லும்,
உன் அன்பு என்னை ஆளும்...

.

.

உன்னை நிலவோடு ஒப்பிட்டேன்!
நிலவும் அடிக்கடி மறைவதால்
என் மனதோடு ஒப்பிட்டேன்!
நான் மரணித்து போனாலும்
மரமாக உன்னை வளர வைத்து
நிழலாக உன்னோடு வாழ்வதற்கு!!!

.

.

நீயும் காத்திருக்கிறாய்
எது எதுக்கோ?
நானும் காத்திருக்கிறேன்
ஒரு முறை...
ஒரே முறை
உன் தரிசனத்திற்கு...

.

.

மலரினை
மென்மை என்பர்
உன்...
மென்மைக்கு இணையாக

தி. தாஜ்தீன்

மலரே இல்லை என்பேன்...!

பூக்களிடம் மட்டுமே தேனீக்கள்
அமருகிறதே!
உன் உதட்டின் மீது
பூக்களெல்லாம்
பூத்திருக்குமோ...!

என் சட்டை பொத்தான்
உன் தலைமுடியை கண்டு
என்னிடம்
சண்டையிடுகிறது
உன் தலைமுடியில்
மாட்டிக்கொண்டு தவிக்க...

பல மாயங்கள் செய்து
உன்னை மயக்கிடவில்லை,
உன் கூந்தலில் வைத்த
மல்லிகையை நுகர்ந்ததற்கா
இந்த மயக்கம் ...

என் தலைமுடி
உதிர்ந்திட கூடாது

என்பதற்காக கலைத்து
ஆடுவதை நிறுத்திவிடாதே.
என்
தலைமுடி தவித்து போகும்...

.

.

உன் புன்னகையை விட
நீ தலையில் வைத்த
பூக்களே முந்துகிறது
உன்னை
கொஞ்சுவதற்கு...

.

.

உன்
ஆழ்மனதை
அகிம்சை என்பேன்
என் இதயத்தை
வலி இல்லாமல்
திருடியதால்...

.

.

உன் இதயத்திலிருந்து
மீண்டுவர மனமில்லை
என் சிம்மாசனம்
உன் இதயம்
என்பதால்...

.

.

தண்ணீருக்கும்

தாகம் வந்தது

நீ

வாய் வைத்து

குடித்ததால்...

.

.

நீ

என்னிடம் ரோஜா

வேண்டுமென்றால்,

உன்

இதழ்களை

பறிக்கவே

என் கைகள்

நீளும்...

.

.

நீ

பேசுவதெல்லாம்

எனக்கு தாலாட்டு

பாடலாகும்.

நான்

சாயும் போதெல்லாம்

உன் மடி

மெத்தையாகும்...

.

என் பருவ வயதை
வேண்டாமென்று
மழலை பருவத்தின் மீது
ஆசை கொண்டேன்
உன் சேலையில்
தொட்டில்கட்டி
உறங்குவதற்கு...

உன் கையால்
சாப்பாடு வேண்டுமென்றேன்
சைவ உணவுகள் பரிமாறினாய்.
உன் கரங்களால் ஊட்டிவிடு என்றேன்
நீயோ!உன் வாயால் ஊட்டிவிட்டு
அசைவ உணவாய் பரிமாறிவிட்டாய்...

மழையில் நனைய வேண்டாமென்று
உன்னிடம் அடிக்கடி சொல்வேன்,
மின்னல்கள் உன்மீது விழுந்து
ஆடைகளை கருகசெய்து
உன் மேனியை ருசிக்க வருவதால்...

நீ தங்க நகைகள்
அணியாமல் இருக்கும் காரணத்தை

தி. தாஜ்தீன்

கண்டு பிடித்து விட்டேன்.
நான் தொடவேண்டிய இடங்களில்
நகைகள் உரசிவிடும் என்ற பயம்தானே!

.

.

என் தோழர்கள்
நான் தூங்கும் போதெல்லாம்
புலம்புகிறேன் என்பார்கள்,
உன்னிடம் கனவில்
பேசி கொண்டிருப்பது
தெரியாமல்...

.

.

குளிர்ந்த காலநிலை
வரும்போதெல்லாம்
என் குருதி கொதிக்கிறது,
உன் அங்கம் முழுவதும்
ஆடையாக மாறிக்கொள்ள...

.

.

உன் கரங்களை
கைப்பிடிக்கவே
ஜோதிடனாய் மாறினேன்,
உன் கரங்களை
தொட்ட நிமிடத்திலிருந்து
என்
ஜாதகத்தையே மறந்தேன்...

உன் தூய உள்ளத்தில்
குடியிருக்கும் நான்
உன் மார்போடு சாய்ந்து,
மணிகணக்காக ஓய்வுபெற
தயங்குகிறேன்,
தாலி கட்டாத காரணத்தால்...

என்னை காணும் பலரும்
என் கண்களுக்கு
ஒளி இல்லை என்பர்
அவர்களுக்கு தெரியுமா?
என் இமைகளின் விளிம்பில்
உன் அங்கங்கள்
திரையாய் இருப்பது...

காதலித்தால்
உன்னைத்தான் காதலிப்பேன் என்று
மரங்கள் எல்லாமே
ஒற்றைக்காலில் நிற்கும்
காரணத்தை தெரிந்துகொண்டேன்
உன் நிழல்கள்
மரங்களுக்கு ஓய்வாம்...

தி. தாஜ்தீன்

பூக்கள்
மலர்வதையே
மறந்து போனது
உன் இதழின்
சிரிப்பை கண்டு...

நம் கைகள்
இணையும் போது
நம்மை அறியாமல்
இதழ்களும் இணைகிறது
இரும்பும், காந்தமும் போல...

உன்
அன்பின் ஆழத்தை
அளக்க முயற்சித்த என்னை
அடக்கம் செய்து விட்டாய்
உன் உள்ளத்தில்...

என்
புகைப்படத்திற்குக்கூட
பொறாமை.
அருகில்
உன் புகைப்படம்

இருப்பதால்...

.

.

நீல வானிற்கும்
பசுமை பூமிக்கும்
மத்தியில்
பெண்மை உருவத்தில்
என்னை உறவாக்கி வாழும்
வெண்மை மனம் கொண்டவள்
நீ மட்டுமே...

.

.

என் ஏக்கங்கள் எல்லாம்
வாழ்நாள் முழுவதும்
எனக்கு நீ
இளைப்பார வேண்டுமென்ற
நோக்கமே...

.

.

என் காதலை
கவிதைகள் மூலம்
காண்கிறாய்
உன் அன்பை
கண்ணீர் மூலம் காட்டியதால்...

.

.

நீ

தி. தாஜ்தீன்

இரவில் என்னோடு
பேசாதபோது
நிலவோடு பேசுவேன்,
உன்னை
தாலாட்டச்சொல்லி...

.

.

மொட்டுக்களை காக்க
மலர்ந்த இதழ்கள்
வேலியாகும்.
உன் மொத்த அழகிற்கும்
என் முத்தங்கள் மட்டுமே
வேலியாகும்...

.

.

நூலகத்தில்
புத்தகங்களை படிப்பதற்குமுன்பு
ஒருமுறை தொட்டு முத்தமிடுவேன்
உன் முத்தான கரங்கள்
புத்தகங்களை தொட்டிருக்கலாமென்று...

.

.

உன் வெட்கத்தை
ரசித்திட
என் முத்தங்கள்
துடித்தது!
என் முத்தங்கள் உன்னை

*சுவைத்ததால்
உன் ரகசியம்
என் கண்ணில்பட்டது...*

.

.

*உந்தன் மென்மையான
உதட்டில் வன்மையான
கீரல்கள் உள்ளதை
சரிசெய்ய வருகிறேன்,
என் உதட்டை கொண்டு
பூசிட...*

.

.

*உன் கஞ்சத்தனத்தை
சீதனத்தில் காட்டு
நான்
கண்டுக்க மாட்டேன்,
உன்
சிரிப்பில் காட்டி என்னை
சிறையில் தள்ளாதே
நான் சரிந்து போவேன்...*

.

.

*நம்
திருமணத்தின்போது
அலங்காரம்
செய்துக் கொள்ளாதே*

திருமணமும் உன்னை
மறுமணம் செய்திட நினைக்கும்...

．

．

நான்
பல்லாயிரம்
இரவுகளை
கடந்தும், மறந்தும்
வந்துள்ளேன்
உன்னுடன் இருந்த
ஒரு இரவைத்தவிர...

．

．

உதிர்ந்த மலர்கள் உயிர்ப்பிக்க
உன் தேனிதழை தேடி
நாடுகிறது...!

．

．

உன் துப்பட்டா
இதற்கு முன்பு
எங்கிருந்தது,
கொடியில் கிடப்பதை நான்
கண்டாலே
வெட்கப்படுகிறது...

．

．

கடலோரம் சென்றேன்

காற்று வீசவில்லை!
அலைகள் நீந்தவில்லை!
உன் கூந்தல்
செய்த சூழ்ச்சியால்...

.

.

ஏன்
சத்தமிட்டு சிரிக்கிறாய்
இரவில்
நான் செய்த
குறும்பை நினைத்தா...

.

.

புழுதி மணலுக்கு
உதிர்ந்த மலர்கள்
விளையாட ஆசை,
உன் புன்னகையில்
முல்லை மலர்கள்
உறவாக ஆசை...

.

.

வண்ணமில்லாத
மயில் இறகும்!
வாடிபோகாத
மரகத பூவும்!
உன்
இமைகள் மட்டுமே...

உன்
முகத்தை
ஒருபக்கமாய்
மூடிக்கொள்வாயே
எதற்கு?
மூடாத மறுபக்கம்
நான் முத்தமிடுவதற்கா...?

ஒரு காகிதத்தை
உன்னிடம் கொடுத்ததால்
என்னை
காதலனாக ஏற்றுக்கொண்டாய்
ரத்தத்தால் காதல் வரிகள்
எழுதியதால்...

மரத்தின் இலைகள்
அசையாமல் நின்றது
உன் மௌனத்தை கண்ட
சோகத்தால்
உன் மௌனத்தை மறைத்துக்கொள்
மரத்தின் இலைகள்
சிரித்து கொள்ளட்டும்...

.

உனக்கு பூச்செண்டு
தருவதற்கு பூக்களிடம் சென்றேன்!
பூக்களெல்லாம் ஒன்று திரண்டு சொன்னது,
எனது கூட்டத்தின்
தலைவி
உன் மனைவியாக வரப்போகும்
மங்கையென...

.

.

என்
கண்கள்
சில நேரங்களில்
குருடாகிறது!
உன்னை காணாத
நேரங்களில் மட்டும்...

.

.

நீ
இறுக்கமான ஆடைகள்
அணிவதன் நோக்கத்தை
அறிந்துகொண்டேன்,
நான்
கட்டித்தழுவிய இடங்களில்
நீ அணிந்த ஆடைகள்
மூச்சிட கூடாதென்பதற்காக தானே...

.

தி. தாஜ்தீன்

என் காலணிக்கும் கூட
உன் பாதங்களின்
மகிமை தெரிகிறது,
உன் பாதம் பட்ட
இடங்கள் மட்டும்
மிதிக்காமல் நடக்கிறது...

ஆதாயம் கிட்டியதெல்லாம்
என் வெற்றியென சொல்லமாட்டேன்
என் ஆதரவாக
உன் மடிசாயும் ஒவ்வொரும்
முறையும் எனக்கு
வெற்றிதான்..

நீ எந்த
உடைகள்
அணிந்தாலும்
எனக்கு
கண்ணாடியாய் தெரிகிறது.
அதனால் தான்
என் கண்களை
உன் ஆடையின் மீது
வைக்கிறேன்...

தாவணியில்
உன்
அழகை கண்ட
என் கைக்குட்டை
துப்பட்டாவாக மாற
துடித்தது...

உன்
கழுத்தைச்சுற்றி
தங்கத்தால்
வேலியிடுவேன்.
நான் கொடுத்த
முத்தங்கள்
நழுவிட கூடாதென்று...

நீ என்னிடம்
பேசிய வார்த்தைகளை
வள்ளுவன் கேட்டிருந்தால்
உன் வார்த்தைகளை வைத்து
இன்னொரு அதிகாரம்
எழுதியிருப்பான்...

எனக்கு கண்ணீர்

தி. தாஜ்தீன்

வரும்போதெல்லாம்
துக்கம் என்று எண்ணாதே!
என் கண்ணீருக்கும்
உன் விரல்களால்
துடைக்க ஆசை...

.

.

நீ
நடந்துசெல்லும் பாதை
என்னிடம் தைரியமாக சொன்னது,
உன்
பாதங்களை முத்தங்களால்
சுவைத்தேன் என்று...

.

.

ஊருக்கெல்லாம்
நான்கு திசைகள்
எனக்கு மட்டும்
இரு திசைகள்.
ஒன்று உன் வலது கண்,
மற்றொன்று
இடது கண்...

.

.

பொன் வண்டுகள் எல்லாம்
பூக்களிடம்
போராடுகிறது.

உன் கூந்தலில் உள்ள
வாசனை
பூக்களிடம் இல்லையென...
.
.
நீ
கட்டியணைத்து தூங்கும்
தலையணையை
தூக்கி எறிந்துவிடு!
நான்
வந்துவிட்டதால் இனி
உனக்கு தேவைப்படாது...
.
.
தினமும் காலையில்
உன்
இமைகளுக்கு முத்தமிடுவேன்!
அன்றைய பொழுதில்
என் இமைகள்
சரியாக பார்ப்பதற்கு...
.
.
மண்வாசனையை நுகர்ந்தால்
மழைவரும்
உன் வாசனையை கண்டு
மழையும் துதி பாடும்
உன் தங்க மேனியில்

தி. தாஜ்தீன்

ஆடிக்கொண்டு...

.

.

நீ
இரவில் தூங்குவதற்கு
நிலவை காவலாய் வைத்தேன்,
நிலவு பதறியடித்து என்னிடம் சொன்னது
உன் நினைவால்
அவள் தலையணையோடு
புரட்சி செய்கிறாள் என்று...

.

.

என்னை
காதலனாய் ஏற்றுகொண்ட பிறகும்
வெட்கம் தடுக்கிறதா?
என்னை கட்டி தழுவதற்கு
உன் வெட்கத்தை விரட்டி விட்டு
என் நெஞ்சோடு படர்ந்துவிட வா!!!

.

.

என் முதல்
கவிதையைப்பார்த்து
முறைத்தாய்
பின்பு ஏன்?
என் கரங்களுக்கு
முத்தமிட்டாய் கனவில்...

.

நான் கொடுத்த முத்தம்
உன்
உதட்டில் காயப்பட்டால்
கேட்பவரிடம் சொல்
தேனீக்கள் மலராக நினைத்து
என் இதழை ருசித்துவிட்டதென்று...!

உன் வெண்மை மேனியை
என் கரங்கள் கொண்டு தழுவும்போது
சிவப்பு நிறமாகிறது,
என் கரங்கள் விலகிக்கொண்டால்
உன் கண்களிலிருந்து வரும்
கண்ணீர் மழையாகிறது...

உன் வளையல்கள்
என்னை திட்டமிட்டு சதிசெய்ய
வட்டமிட்டு வருகிறது,
நாம் ஒன்றாக இணையும் போது
அவைகளை நீ கழற்றி
வைக்கும் துக்கத்தை தாங்க முடியாமல்...

மலரின் மென்மையான
உன் இதழுக்கு முத்தமிட்டேன்,

உன் முத்துபற்கள் முந்திக்கொண்டு
என் இதழினை காயப்படுத்தியது
காயத்தை குணமாக்க
தேன் சுவைமிக்க உன் எச்சிலை
ருசித்தேன்...

.

.

உன்
முகத்திற்கு வேலிட்டு
என் கண்களுக்கு தீ வைக்காதே,
எரிந்து சாம்பலாகிய பின்பும்
தூசியாய் உன் கண்ணுக்குள்
குடியிருக்கவருவேன்...

.

.

நான் உன்னை சேலையில்
பார்க்க ஆசை,
நீயோ! கட்டத்தெரியாது என்றாய்
எனக்கோ! அதைவிட பேராசை
உன் அன்னையாய் மாறி
கற்றுக் கொடுக்க...

.

.

நான்
முத்தமிட்டு முத்தமிட்டு
உன் உதட்டின் ரேகைகள்
அழிந்து போனதை எண்ணி

கவலைப்படாதே,
என் உதட்டின் ரேகையை கொண்டு
உன் உதட்டில் அச்சுபதிக்கிறேன்!!!

.
.

உன்னை பார்க்கும் போது
வராத ஆசை
கனவில் மட்டும் வருகிறது
முத்தங்கள்
உனக்கு தருவது போல்...

.
.

வண்ணத்து பூச்சிக்கு
வண்ணங்கள் வந்தது எப்படி?
உன் ஆடையில் பட்டதால் தான்
அப்படி...

.
.

நீ கடற்கரைக்கு சென்றால்
கரையோரம் நிற்காதே,
கடலுக்குள் இருக்கும் சிற்பிகள்
ஆண் வடிவில் நீந்தி வந்து
உன் பாதத்தில் முத்தமிட்டு
உன் கொலுசு மணியை முத்தமிடும்...

.
.

என் தோள்மீது

தி. தாஜ்தீன்

நீ சாயும்போதெல்லாம்
என் இதயம்
யோசிக்கிறது
இப்படியும் நிலவு
ஓய்வெடுக்குமோ என்று...

.

.

நான் எழுதும் கவிதைகள்
எனக்கு பிடிக்காமலிருந்தது
உன் உதட்டால்
நீவாசித்த பின்பு
பிறரை படிக்கவிடாமல்
பொக்கிஷமாக பார்த்துக்கொண்டேன்...

.

.

முல்லை மலரும் ,முள்ளுச்செடியும்
உன்னை கண்டு முந்துகிறது,
முல்லை மலர் உன்முகம் கண்டு
மறுமலர்ச்சி அடைய,
முள்ளுச்செடி உன் முந்தானையில்
சிக்கி கொள்ள...

.

.

உனக்குள் இருக்கும்
பெண்மையை உணர்ந்தேன்.
உன்னைவிட்டு நான் நகரும்போது
உன் பார்வை என்னை

பசியாக பார்ப்பதால்...

.

.

நீ மௌனமாய்
இருக்கும்போது
என் மனம்
என்னிடம் சண்டையிடும்,
பாவம் அதற்கு தெரியவில்லை
நீ மௌனமாய்
என்னைத்தான்
நினைக்கிறாய் என்று...

.

.

உன்னை காணமுடியாத
தூரத்தில் இருக்கிறேன்
ஆனாலும்
என் ஆத்மா உன்னிடமே
வர துடிக்கிறது
நீ காணும் கனவில்...

.

.

மழை
பூமிக்கு வரும் போதெல்லாம்
சிரிக்கிறது
உன் மேனியில்
சிறிது நேரம்
சரிந்தாடி மகிழ்வதை நினைத்து...

உன்னை காதலிக்க
வேண்டாம் என்பவர்களெல்லாம்
கவிஞனாய் இருக்கிறார்கள்
நான் மட்டும்
உன் காதலனாய்
இருக்கிறேன்...

என் அருகில்
நீ இருக்கும் போது
குழந்தையாக ஆசைப்படுவேன்
என்னை அள்ளிக்கொண்டு
நீ
கொஞ்சுவதற்காக...

மறையாத பௌர்ணமியில்
வண்ண மலர்களை நான்தூவி
காத்திருப்பேன்
உன் வெட்கத்தை
வேடிக்கை பார்க்க...

நீ
கோபமடையும் போதெல்லாம்

என்னை "லூசு" என்பாய்
அதுதானே எனக்கு
வேண்டிய "பரிசு" அதை
தினமும் சொல்லடி
என் "வாரிசு"...

.

.

உன்னை
நேரில் பார்ப்பதைவிட
புகைப்படத்தில் பார்க்கவே
ஆசைப்படுகிறேன்,
உன்னை
கேட்காமலே முத்தமிடுவதற்கு...

.

.

உன்மீது
விழும்
இலைகளுக்கும்
தலைமுறை வேண்டுமாம்,
உன் தாவணியில்
சிக்கி கொண்டதால்...

.

.

உன் இடையின்
இடைவெளிக்கும்
என் இருவிழிகளுக்கும்
மோதல்

நீ
நடக்கும் போது மட்டும்...
.
.
உன்
கண்களை காந்தம்
என்று சொன்னதற்காக
நான் பார்க்கும்போதெல்லாம்
சுண்டி இழுக்கிறாய்...
.
.
உன் தோற்றத்தை மட்டுமே
அழகு என்றேன்!
இப்போது
என் தோட்டமும்
பேரழுகு தான்
உன் காலடிப்பட்டதால்...
.
.
உனக்கு
பூனை பிடிக்குமென்பதால்
தேடிப்பிடித்து கொண்டு வந்தேன்,
நீயோ! எனக்கு
திருட்டு பூனை தான் பிடிக்குமென்று
என்னை கட்டி அனைத்தாய்,
நான் தான் அதுவோ...!
.

மரத்தின் கீழ்
அமரவே
ஆவல்கொள்கிறேன்,
நான் கொடுத்த
முத்தங்கள்
இலைகளாய் என்மீது உதிர்வதால்...

வெயில் காலத்தில்
நீ கொடுத்த
கடிதத்தை
படித்துப்பார்ப்பேன்
என்னை
குளிர வைக்குமென...

வரலாற்று பாடங்களை
படிக்கும் ஆர்வத்தில்
விலகி கொண்டேன்
உன் பால்வண்ண
பற்களை ரசிக்க
முன் நின்றேன்...

உன்னை சூனியக்காரி
என்றே சொல்லுவேன்,

தி. தாஜ்தீன்

நான் சுருண்டு
படுத்தாலும்,
உன் சூடான மூச்சை
கொண்டு மீளச்செய்வதால்...

.

.

சில மச்சங்களை
உன்னிடம்
பார்த்ததால்
பிச்சைக் காரனாய்
கெஞ்சுகிறேன்,
இன்னும்
சில
மச்சங்களை
காண்பதற்கு...

.

.

உன் காலின் பெருவிரலை
கல் தடுக்கி காயப்படுத்தியதால்,
தாமரையிடம் சண்டையிட்டேன்.
உன் இதழ் அங்கு வலியில் துடிக்க
நீ மட்டும்
நீரில் மிதக்கவா என...

.

.

நான்
ஒதுங்கி சென்றாலும்

உன் ஓரப்பார்வை
என்னை
ஓங்கி அடிக்கிறது,
உந்தன் பார்வையில்
நனைய சொல்லி...

.

.

வைரங்களும்
வாக்கியங்கள்
எழுதின!
நீ
வானவில்லின்
தங்கையென...

.

.

அனைவரும் விரும்பும்
அறுசுவை
உணவுக்கே
பசியை தூண்டிவிட்டாய்!
உன் நாவால் ருசித்து...

.

.

உன் அன்பை
மட்டுமே சிறகு
என்பேன்!
என்
சோகத்தை

தி. தாஜ்தீன்

அகற்றி செல்வதால்...

.

.

நீ
இரவில் தூங்கும்போதெல்லாம்
வேலியாக இருப்பேன்
இருள்
உன்னை விலைபேச
நினைப்பதால்...

.

.

நீ பரிசுதர போவதை
நினத்தாலே
பயமாகிறது
நீ
கொடுக்கும் முத்தம்
சூடு தாங்காமல்
என் மீசை கருகிடுவதால்...

.

.

கரை ஒதுங்கும்
முத்துக்கள் எல்லாம்
தத்து பிள்ளையாகிறது,
உன் கழுத்து
பகுதியில்
உறவாகிக்கொள்ள...

.

.

உன்
அங்கங்களை
அரை நொடி பார்த்ததால்
ஆயுள் முழுவதும்
உன்
ஆடையாக மாற
ஆசைப்பட்டேன்...

.

.

உன்
காதலை
என்னிடம்
சொல்லவே
பல ஆண்டுகளாயிற்று,
உன் காதலனாகிய
என் பெயரை
எப்போது சொல்வாய்
உன் வீட்டில்..?

.

.

உன்
கைக்கோர்த்து
நடக்கும் போது
என்
மனதை குளிர வைப்பாய்
அதை காண்போர்

மனதை குமுற வைப்பாய்...
.
.
வானிலுள்ள நட்சத்திரம்
நெருக்கமாக இருப்பதற்கு
காரணம் தெரியுமா?
உன் மேனியின்
ரகசியத்தை
முந்திக்கொண்டு காண்பதற்குதான்...
.
.
விடை தெரியாமல்
திகைத்துபோனேன்
நீ கொடுத்த
முத்தங்களின்
எண்ணிக்கையை
என்னிடம் கேட்டபோது...
.
.
உச்சிமலையில் நின்று
உன் பெயரை
உச்சரித்தாலும்,
மாறாக
உன் பெயர்
தேவதை என்றே
எதிரொலிக்கிறது...
.

கட்டாயம் என்பதற்காக
தலைகவசம் அணியவில்லை
உன் கரங்களால்
தலைவாரியதை
காற்று கலைத்திட கூடாது
என பயத்தால் அணிந்தேன்...

உன்னை அறியாமல்
கண்சிமிட்டும் பழக்கத்தால்
என்னை அறியாமல்
கரம் நீட்டி கொண்டேன்,
விலைமதிப்பற்ற
உன் சிமிட்டலை சிறைபிடிக்க...

நான்
நீருக்குள்
நீந்தினாலும்
நீ
மீனாக வந்து
கரை ஒதுக்குகிறாய்,
என் மீசையை
தொட்டுப்பார்க்க...

தி. தாஜ்தீன்

உன்
நடையை மட்டும்
ரசிக்க
என் தலைமுடிகள்
நரைத்தாலும்
போதாது...

.

.

உன்
காலடிபட்ட
இடமெல்லாம்
செடிகள் பூக்கவில்லை
உன் பாதங்களை
மலராக நினைத்து...

.

.

என்னை பார்க்கும்
போதெல்லாம்
வெட்கபடுகிறாய்,
அதுவே போதும்
உன் கணவன்
ஸ்தானத்தில்
என்னை வைத்துள்ளாய்...

.

.

நீ
கண்சிமிட்டி

பேசும்போது
என் பார்வை
தடுமாறி விழுகிறது,
வெட்கத்தால்
உன்
பாதங்களை நோக்கி...

.

.

உன் முகவரியை
என்னிடம்
தொலைத்துவிட்டாய்
முகத்தில் எதற்கு
முகத்திரை...

.

.

நீ
முகம்பார்க்கும்
கண்ணாடி என்னிடம்
முகம் சுழித்தது,
அதைவிட
என்னை
அதிகம் பார்பதால்...

.

.

ஓடுகின்ற மேகங்கள்
ஏங்கி கொண்டு
நின்றது,

நீ
ஒருமுறை பார்த்து
ரசிப்பதற்கு...
.
.
பாலைவனமாய்
இருக்கும் உன் கன்னத்தில்
ரோஜா மொட்டாய்
தோன்றும்
உன் பருக்களும்
எனக்கு அழகுதான்...
.
.
உன் ஆடைகளுக்காகவே
என் வியர்வைத்துளி
தவம் இருக்கிறது!
பாவம் துடைத்துவிட்டுப்போ
உன் முந்தானையில்...
.
.
நீ
எனக்கு
வேண்டும் என்பதற்காக
வேண்டா செயல்களை
தினந்தோறும்
மறந்தேன்...
.

.

உன்னை பார்த்ததுமே
என் கால்கள் வேகமாக நடக்கிறது,
உன் விரல்பிடித்து நடக்க
என் நிழல்கள் ஆசைப்படுவதால்...

.

.

உன்
பற்களை வார்த்தையாக்கி
இதழ்களை கவிதையாக்கி
தொட்டு படிக்கிறேன்
என் விரல்களால்...

.

.

உன் வீட்டில்
எல்லோரும் அசந்து தூங்கும்போது
நீ மட்டும் ஏன்?
நழுவி நழுவி தூங்குகிறாய்
நான் இருளாய் மாறி
உன்னை தழுவி பாடுபடுத்துகிறேனா?

.

.

தொலைபேசியும்
உன்னோடு உரையாட ஆசை!
தினந்தோறும்
இரவில்
என்னிடம் சினிங்கி

தி. தாஜ்தீன்

பேசியதை கேட்டு...

.

.

நீ
கைகளுக்கு வைக்கும் மருதாணி
உன் இதழை பார்த்து கேட்கும்
என்னைவிட அழகாய் சிவந்துள்ளது
உன் இதழ்,
எனக்கும் அந்தவகை மருதாணி
பூசிவிடு என்று...

.

.

நீ
என்னை கடக்கும் போது
என் நிழல்கள்
உன் நிழலை
திருமணம் செய்ய ஆசைப்படுகிறது,
என் நிழலுக்கே
உன்னை திருமணம் செய்ய ஆசை
ஏன் எனக்கு இருக்க கூடாதா...?

.

.

உன் மெல்லிய இடை
பனிசறுக்கு மலை,
என் கண்களை உன் இடையின்மீது
வைத்தால் குளிர்கிறது
என் கரங்களை வைத்தால் வழுக்கிறது...

என் கவிதைகள் மீது
எனக்கே கோபம்
உன்னை
காணும்போதெலலாம்
என்னைவிட அதிகம்
வர்ணிப்பதால்...

www.ingramcontent.com/pod-product-compliance
Lightning Source LLC
LaVergne TN
LVHW041636070526
838199LV00052B/3404
9798888698044